ઉજવણી દિવસોની

મિહિર જાગૃતિ વોરા

માતા પિતા ને અર્પણ કરું છું

સામગ્રી

પ્રસ્તાવના   vii

સ્વીકૃતિઓ   ix

અનુક્રમણિકા   xi

  1. હાસ્ય દિવસ   1

  2. ટપાલ દિવસ   7

  3. તમાકુ નિષેધ દિવસ   13

  4. શિક્ષક દિવસ   17

  5. પર્યાવરણ દિવસ   21

પ્રસ્તાવના

આ પુસ્તક માં વિવિધ મહિનામાં આવતા મહત્વ ના ઉજવાતા દિવસો અને તેનો ઇતિહાસ અને તેનું મહત્વ સમજાવાનો લેખકે પ્રયત્ન કર્યો છે

સ્વીકૃતિઓ

આ પુસ્તક માટે મેં વિવિધ લેખ આધારિત માહિતી વિકિપીડિયા ,લેખ ને લાગતા આવેલા વિવિધ અખબારી અહેવાલ અને જે તે લેખક ના લેખ ના સંદર્ભો નો સહારો લીધો છે તે સૌ નો હું આભાર માનું છું .

અનુક્રમણિકા

- હાસ્ય દિવસ
- ટપાલ દિવસ
- તમાકુ નિષેધ દિવસ
- શિક્ષક દિવસ
- પર્યાવરણ દિવસ

૧
હાસ્ય દિવસ

મિત્રો આજનો માણસ યાંત્રિક બની ગયો છે તેથીજ તેના જીવનમાં હાસ્ય ગાયબ થઇ ગયું છે.. ભારત માં વિશ્વભરમાં હાસ્ય યોગ ચળવળના સ્થાપક ડૉ. મદન કટારિયા દ્વારા હાસ્ય દિવસની સરૂઆત કરવામાં આવી હતી. વર્લ્ડ લાફ્ટર ડે દર વર્ષે મે મહીનાના પહેલા રવિવારે ઉજવવામાં આવે છે. વર્લ્ડ લાફ્ટર ડે' ની શરૂઆત ભારતમાંથી થયેલ. ભારતમાં સૌ પ્રથમ હસ્ય દિવસની ઉજવણી ૧૧ જાન્યુઆરી ૧૯૯૮ ના રોજ મુંબઇમાં કરવામાં આવેલ હતી. ડૉ. કટારિયા ભારતમાં એક ફેમિલી ડૉક્ટર છે. તેઓએ ચહેરાના પ્રતિક્રિયા પૂર્વધારણા દ્વારા ભાગમાં હાસ્ય યોગ ચળવળ સરૂ કરવા પ્રેરણા આપી હતી. તેઓ જણાવે છે કે વ્યક્તિના ચહેરાની અભિવ્યક્તિઓ તેમની લાગણીઓ પર અસર કરી શકે છે.

વિશ્વ હાસ્ય દિવસની ઉજવણી એ વૈશ્વિક શાંતિ માટે સકારાત્મક અભિવ્યક્તિ છે અને તેનો હેતુ હાસ્ય દ્વારા ભાઈચારા અને દોસ્તીની વૈશ્વિક સભાનતા વધારવાનો છે. આ કારણથી હાસ્યદિવસ માનવવામાં આવે છે. જીવનમાં આજે અને ઉતારચડાવ જોવા મળે છે અને આજનો માણસ યાંત્રિક બનીગયો છે.

આજે હસવા માટે પણ લાફીંગક્લબનો સહારો લેવો પડેછે અને માણસો સોસીઅલમીડિયામાં ઈમોજિ મૂકીને પોતે કેટલું હશે છે તે બધાને ખબરપડેતેનો સહારોલેછે ત્યારે હાસ્યનું મહત્વ ગણું વધી જાય

છે , એટલે જે હસી સકતા નથી તેના હાસ્ય કામનું છે અને તેને હાસ્ય કેવીરીતે ઉપયોગી બનશે તે સમજાવેછે ફિલ્મો અને નાટક કે સીરીઅલમાં કોમેડિયનનું અને કોમેડીનું બહુ મહત્વ હોયછે જેમકે તારક મહેતા કા ઉલટા ચશમાં હજી કાયમ અને લોકપ્રિય સીરીઅલ છે .

ઉપરાંત ગણા ગુજરાતી હાસ્ય નાટકો ઉપરાંત ગણા ગુજરાતી હાસ્ય નાટકો જેમ કે જલશા કરો જન્તીલાલ , ગુજ્જુભાઈ , ગુજ્જુભાઈ ની ગુજરાતી ફિલ્મો પણ લોકપ્રિય છે આના કલાકારો અને પાત્રો પણ લોકપ્રિયછે , રમેસ મહેતા ને કેમ ભુલાય તેને કારણે જ ગુજરાતી ફિલ્મો માં હાસ્ય આવતું હતું .અસરાની , રીટા ભાદુરી , સિદ્ધાર્થ રાદરીયા , અરુણા ઈરાની , ફિરોઝ ઈરાની , ઉપેન્દ્ર ત્રિવેદી , અરવિંદ ત્રિવેદી , નરેસ કનોડિયા , સ્નેલતા જેવા દિગજ્જ કલાકારો ગુજરાતી ફિલ્મો કે નાટક માં હાસ્ય નો સહારો લીધો છે , હાલ ની નવી અર્બન ગુજરાતી ફિલ્મો જેવી કે છેલ્લો દિવસ , ગુજ્જુભાઈ થઈ ગ્રેટ , જેવી અનેક ફિલ્મો માં હાસ્ય નો સારો પ્રયાસ કરાયો છે .

જાણીતા ગુજરાતી લેખિકા કુમુદબેન ઠાકોરલાલ જાની (પુસ્તકાલયસામયિકનાફેબ્રુઆરી, ૨૦૧૬નોઅંક) માનવજીવનમાં હાસ્યનું મહત્વમાં બહુ સચોટ રીતે સમજાવેછે .

ગુજરાતમાં હાસ્યલેખકો ખોવાયાછે , જ્યોતીન્દ્રદવે વિનોદભટ્ટ પછી કોણ? હજી સુધી જવાબ મળ્યો નથી ગણા ફરજીયાત હાસ્યલેખકો બનવા સારો પ્રયત્ન કરે છે પણ બહુજ ઓછા સફળ થયા છે જે એક ગંભીર હાસ્યજનક પરિસ્થિતિ છે , હા રતિલાલ બોરીસાગર , શાહબુદીનરાઠોડ સંઈરામદવે ,ડો.રઈસમણિયાર,સંજયછેલ, વિનોદદવે, અશોક દવે જેવાછે પણ બહુ ઓછા છે .કારણકે રડાવું સહેલું છે પણ હસાવું અગરુછે. મિત્રો ધ્યાન રાખજો , એટલે જ આજે માણસોને હસવામાટેના પણ ટ્યૂસન કરવાપડેછે ..મિત્રો જ્યારે હાસ્યવિષે લખ વાનુ થાયછે ત્યારે મને અહેસાસ થાયછે કે માનવ જીવનમાં હાસ્યનું મહત્વખુબ છે તેનો ઉપયોગ કરતા આવડતુ હોયુ જોઇએ .હાસ્ય કોઇ બજારમાં વેચાતું મળતું નથી .

જીવનમાં હાસ્યનું સ્થાન એક આગવી શૈલીરૂપ છે. અનેતે શૈલી આપણામાં જ પડેલી છે. પરંતુ આપણે તેનો ઉપયોગ કરતાં નથી. હંમેશા ગમે તેવી કઠિન પરિસસ્થિતિ હોય પરંતુ આપણા જીવનમાંથી

હાસ્યનુંસ્થાન ગાયબ થઈ જવું જોઈએ નહિ.'હસેતેનુંઘરવસે',હસવાથી આપણું દુઃખ વિસરાઈ જાય છે.હસો અને હસાવો તો સુખી થવાશે. હાસ્ય એ તો કુદરતી ભગવાનની આપેલી બક્ષિસ છે. તેનો અમલ કરવો જોઈએ. તમે આખા દિવસમાં કેટલી વખત હસોછો ? તમારા હાસ્યમાં વધારો થયો છે કે ઘટાડો થયો છે ? હાસ્ય તો સૌનું છે. સોના ને કદાપિ કાટ લાગતો નથી. તેને જેટલું તપાવો તેટલીચમક વધારે આપે છે.

તેમ તમે પણ હસતાં રહેશો તો ફાયદો તમને જ થશે. હાસ્ય અનેક પ્રકારના હોયછે.. નિદીષ, ખિલખિલાટ હાસ્ય જેમકે નાનું બાળક જ્યારે હસે છે ત્યારે તેમનું હાસ્યનિદીષ જ હોય છે. તેમનાં હાસ્યમાં કોઈ પણ પ્રકારની મિલાવટ હોતીનથી. મનમાં હસવું તે. જેમકે કોઈની ટીકા થતી હોયકે સારું સાંભળ્યું હોય ત્યારે મંદ મંદ હાસ્યની ક્રિયા થાય છે. કોઈને દગો કર્યો હોય કે ખોટું કામ કર્યું હોય ત્યારેતે ક્રિયાને છુપાવવા માટેનું જે હાસ્ય હોય છે તેને કપટી હાસ્ય કહેવામાં આવે છે. કોઈકે સાચું કહ્યું છે કે "જિંદગીમાં બે ઘડી મોજ કરી લે તું માનવી, આવ્યો છે તો જિંદગીને મોજથી માણી લે તું માનવી."

એટલે જ હસવું અને હસાવવું આ બંનેમાં ઘણો બધો ફર્ક છે, આપણે એકલા મંદમંદ સ્મિત કરતા હોય ને કોઈ આપણી સામે જોઈને બસ હસવા લાગેને તો સમજવું કે તમારું હાસ્ય નિખાલસ અને મોજીલું છે, કારણ કે કોઈકનું વ્યક્તિત્વ જ એવું હોય છે, એ વ્યક્તિની સામે જુઓ કે તરત જ તમને પણ આપોઆપ હસવું આવી જાય. એનો મતલબ એવો નથી કે તે પાગલ કે ગાંડો છે પણ કોઈક વ્યક્તિ એવા હોય છે, જેનાં ચેહરા પર હંમેશા સ્મિત જ હોય. જાણે એવું લાગે કે બસ લોકોનાં હસવાનું કારણ જ હોય. જે વ્યક્તિનાં ચહેરા ના ગાલ ઉપર ખાડા પડતા હોય ને તો એ વ્યક્તિને જોઈને પણ આપોઆપ આપણે પણ સ્મિત આવી જાય છે, હાસ્યનું ઉત્પત્તિ સ્થાન હંમેશા દર્દછે. . જ્યાં દર્દછે ત્યાં જહાસ્યછે અને જ્યાં હાસ્યછે ત્યાંદર્દછે.

હાસ્ય મન ને શાંત તેમજ પ્રફુલ્લિત રાખે છે. સો દર્દની દવા હાસ્ય છે. હાસ્યથી દર્દને ભૂલાવી સકાયછે. હાસ્ય એ વિટામીન પોઝીટીવની ગરજ સારે છે. હસતી વ્યક્તિ નિખાલસ અને નિષ્કપટી હોયછે. આ જમાનામાં માણસ હસવાનું ભૂલી ગયો છે અને રડવાનું રોદણાં સરુ કરે છે. . મને પાડોશીઓ સાથે નથી ફાવતું,ઑફિસમાં બોસ સાથે નથી

ફાવતું, ઘરમાં સગાંવહાલાં-બૈરી-છોકરા સાથે નથી ફાવતું. ઘરમાં મારી સાથે કોઈસારું વર્તન નથી કરતું. મારી કોઈને કદર જ નથી. મારે કોઈનો સપોર્ટ જ નથી. એવી ફરિયાદો કરવામાં માણસ હસવાનું ભૂલી ગયો છે. એક સર્વે અનુસાર જો કોઈ માણસ આખો દિવસ થાક્યો પાક્યો પોતાના ઘરે આવે છે ત્યારે જો તેને ઘરે પોતાની રાહ જોતી પત્ની , માતા , બાળકો , પિતા , ભાઈ , બહેન નું હાસ્ય રૂપી ચહેરો દેખાય તો તેનો આખા દિવસ નો થાક ઉતરી જાય છે . જે હાસ્ય ની કમાલ છે ,

કોઈ દુસમન ને પણ જો તમને હાસ્ય રૂપી જાદુકી જપ્પી આપશો તો તે તમારો મિત્ર બની જશે તે હાસ્ય ની કમાલ ધમાલ છે . હાસ્યતો ભલભલાનો ગુસ્સો શાંત કરીને હસતાં જીવન જીવતા શીખવાડી દે છે. મુક્તહાસ્ય એક એવી જડીબુટ્ટી છે જે આપણા સરીરને જ નહિ પણ મનને અને બુદ્ધિને પણ તાજગી અને તંદ્રસ્તી આપે છે.હાસ્યતો રમૂજી ટૂચકા માંથી, રમૂજી કવિતા માંથી કે ગીત-સંગીત, કાર્ટૂનમાંથી, હાસ્યરસિક લેખ-વાર્તા કે નાટક કે ફિલ્મમાંથી પણ મળી રહે છે .હાસ્યવૃત્તિ ધરાવતા માણસો જગત સાથે સરસ રીતે આસાનીથી સાનુકૂળતા સાધી સકે છે.અનેતેનાથી કેટલેક અંશેબુદ્ધિમત્તા પણ ખીલે છે. વ્યવસ્થાએ તો ઘરનીશોભા છે. તેવી જ રીતે હાસ્યએ સુખી જીવનનીચાવીછે. તેતો સાચુંઘરેણુંછે.

હાસ્યનો મહિમાતો અપરંપાર છે. સુખની ગુરુચાવી સર્વાંગી સ્વસ્થ જે ફક્તને ફક્ત હાસ્યમાં થી જ મળેછે. જીવનમાં વિકાસ અને પ્રગતિ માટે એએકપ્રેરણામૂર્તિછે. અમૂલ્ય ખજાનોછે .હાસ્ય વિનાનુંઘર સ્મશાન જેવું લાગે છે. પાયા વિના ના ઇમારતનું ચણતર નકામું છે. તે મ હાસ્ય વિના નું જીવન પણ ઉજ્જડ વેરાન અને નર્ક સમાજ છે. હાસ્ય વિનાનું ઘર પ્રતિમા વિનાના મંદિર સમાન છે. તેમાં કોઈ જ રોનક નહિ. જે વ્યક્તિના જીવનમાં હાસ્ય નથી તેનું જીવન દરેક ક્ષેત્રે ચેતન વગરનું નિર્જીવ સરીર છે. સરીરછે પણ તેમાં હાસ્યરૂપી ચેતના નથી. હાસ્ય તો આપણા જીવનનો જીવંત અરીસોછે.

મન જ્યારે નબળું પડે ત્યારે હાસ્ય એને બળ આપે છે. માનવીના અસહદુઃખોનેહળવાબનાવવાનીતાકાતહાસ્યમાંછે. જીવનમાં હાસ્યનું સ્થાન અનન્યછે .હાસ્યરેખાઓ અવનવા હાવભાવ ધારણ કરીને આપણી લાગણીને વાચાઆપેછે. જીવન જીવવાની ઉત્તમકળા તો

હસતાંહસતાં જીવીલેવાનીછે. તેને બરબાદ કરી તેનું અપમાનના કરો. પારસમણીના સ્પર્શથી લોખંડ પણ સોનું થઈ જાયછે. તેમજીવનમાંપણહાસ્યચએકઅનોખીઅનેસોનાજેવીઅમૂલ્યભેટલાવેછે. જેમા નવીના જીવનમાં હાસ્યનથી તે જીવન જીવવા છતાં પણ મરેલા જેવો છે. . હસવામાટેકોઈ કારણની જરૂર નથી પડતી. તમે હસતાં રહેશોતો દ્રશ્મન પણ તમારી સમીપ આવતારહેશે. ત્યારે તમને હાસ્યનું મૂલ્ય સમજાશે. જિંદગીને હાસ્યરસિક બનાવો,

હાસ્યાસ્પદ નહિ. નાના બાળકને કહેવું પડતું નથી કે તું હસ, પરંતુ વડીલોને કહેવું પડેછે કે તમે હસવાનું રાખો. હસવાના પૈસા લાગતા નથી. જે હંમેશા સ્મિત આપી સકે છે તે કદાપિ ગરીબ હોતોનથી. જીવન આઈસ્ક્રીમજેવું છે, પીગળી જાય તે પહેલા પૂરેપૂરો આનંદ માણી લો. બીજા ના દુ:ખને અડધું કરી નાખવાની તાકાત આપણા સ્મિતમાં સમાયેલી છે. માણસ સુખી થવા મોબાઈલ, ગાડી, મકાન બદલે છતાંદુ:ખી માણસતેનો સ્વભાવ બદલતો નથી. જીવન તો વહેતા પ્રવાહ જેવું છે. દરેક દિવસ એકખાસ હોયછે. પ્રત્યેક ક્ષણ રચનાત્મકતાની ક્ષણછે.

તેને વ્યર્થ ના જવાદો આપણે મુસ્કુરાહટના વસ્ત્રો જરૂર પહેરવા જોઈએ. હાસ્ય એટલે જિંદગીને હસતાં હસતાં સહજતાથી જીવી લેવાની ચાવી. અરે એક વખત મોત આવે તોય હસતાં હસતાં મરવાની તૈયારી રાખવી. હાસ્ય આપણને એ ખુમારીથી જીવવાનું શીખવાડે છે. જો તમે હસવાનું ભૂલી ગયા હોય તો ફરીથી ખિલખિલાટ હસવાનું સરુ કરીદેજો. તેનાથી ફાયદો તમને જ છે. એક સર્વે અનુસાર જો કોઈ વ્યક્તિ થાક , કંટાળો , નિરાસ મહેસુસ કરે તો કાર્ટૂન જોવાથી તેને હાસ્ય નો બુસ્ટર ડોઝ મળશે અને તે પાછો પોતાના જીવન માં પાછો હાસ્ય રૂપી આશા સાથે પાછો આવશે . તમારું જીવન વધારે લંબાઈ જશે અને તમે સુખ-ચેનથી રહી સકશો.

બીજા પણ તમારું અનુકરણક કરીને તે પણ શાંતિથી જીવનજીવતા અને ખિલખિલાટ હસવાનું શીખી જશે.મિત્રો હશે તેનું ધર વસે તે કહેવત બહુ સચોટ છે .જીવનમાં મુશ્કેલીનો સામનો હસીને કરસો તો ગણા જીવનના પ્રસ્નો આરામથી હલ કરી શક્સો અને જીવનને જીવન જાણી માણી શક્સો .દિવસમાં ખાસ હસજો અને કાયમી હસીને જીવનને

જીવશો તેવી મારી સૌને વિનંતી છે.
    સંદર્ભ : વિવિધ અખબારી લેખો , વિવિધ લેખકો ના પોતાના વિચાર, બ્લોગ અને વિકિપીડિયા

જીવશો તેવી મારી સૌને વિનંતી છે.
    સંદર્ભ : વિવિધ અખબારી લેખો , વિવિધ લેખકો ના પોતાના વિચાર, બ્લોગ અને વિકિપીડિયા

2
ટપાલ દિવસ

મિત્રો હું તો કાગળિયા લખી –લખી થાકી કાનુડા તારા મનમાં નથી ...'
મિત્રો વર્ષોથી ગવાતી આવતી ભાવવાહી આ પંક્તિને જો હવે ગાવી
હોય તો તેને બદલીને આમ ગાવી પડે 'હું તો ઈ મેઈલ કરી કરી થાકી
કાનુડા તારા મનમાં નથી ,

પત્રવ્યવહારની પુરાણી વ્યવસ્થા ઉપર જો નજર કરીએ તો આજે
થયેલા આ બધા આવિષ્કારો પૂર્વે આપણા પોસ્ટ ખાતાએ જે સેવાઓ
આપી હતી તે ખરેખર આદર ઉપજે તેવી હતી. એ સમયે ચોક્કસ
સાઈઝના પોસ્ટકાર્ડની બોલબાલા હતી. એ સમયે માત્ર ૯ પૈસા અને
ત્યારબાદ ૧૦ પૈસા જેવી નજીવી કિંમતમાં મળતું પોષ્ટકાર્ડમાં સંદેશો
લખીને પોસ્ટ કરવામાં આવે એટલે નાના એવા ગામના ખૂણેથી છેક
દેશના બીજા ખુણે માત્ર ત્રણથી પાંચ દિવસમાં તે પહોંચી જતું.

પહેલાના સમયમાં આટલી ઝડપી વાહન વ્યવસ્થા પણ નહતી. તે
સમયે પોસ્ટ ખાતાના કર્મચારીઓ ઘોડાની સવારી કરીને ટપાલોના
થેલાઓની હેરાફેરી કરતાં હતાં. ગમે તેવી કપરી પરિસ્થિતિ વેઠીને
પણ સંદેશા વ્યવહારની સુંદર સેવા આપનાર પોસ્ટ કર્મચારીઓ
ખરેખર વંદનને પાત્ર ગણી શકાય

એ જમાનામાં ટપાલી બધાને બહુ વહાલો લાગતો. કોઈ
આંગુતુકની રાહ જોવાતી હોય તે રીતે બધા ટપાલની રાહ જોતાં.
વતનથી દૂર રહેતા આપણા લશ્કરના જવાનોને મન તો ટપાલી

મસીહા સમાન હોય છે. અંતરિયાળ વિસ્તારોમાં પણ ફેલાયેલી ટપાલ સેવા ખરેખર દાદને પાત્ર જ કહેવાયને ! ટપાલનો ઇંતજાર શું કહેવાય એની વેદના ગુજરાતી નવલિકા 'પોસ્ટમેન' માં બહુ સરસ રીતે જાણી શકાય છે.

કોચમેન અલીડોસો વહાલસોઈ એકની એક દીકરીની ટપાલ આવવાની રાહમાં ઝૂરતો હોય છે. દરરોજ પોસ્ટઓફિસે જઈને પોતાની ટપાલ કોઈ આવી કે નહીં તેની પૃચ્છા કરે છે, પણ ટપાલ મળવાને બદલે પોસ્ટ ખાતાના કર્મચારીઓનો ઠપકો અને મશ્કરી સહન કરવી પડતી હોય છે. અને એક દિવસ જ્યારે સાચેજ અલીડોસાની ટપાલ આવે છે તે દિવસે અલીડોસા પોસ્ટઓફિસે નહીં દેખાતા પોસ્ટના કર્મચારી તેમના ઘરે ટપાલ દેવા જાય છે, ત્યારે અલીડોસા મૃત્યુ પામ્યાનું જાણવા મળે છે. આ કથામાં ટપાલની ઇંતેજારીની વ્યથા વ્યક્ત કરવામાં આવી છે.

મિત્રો એ સમયે ટપાલો લખવાની પણ કળા હતી ... એક આગાવી ઢબ જતી. ટપાલના ઉપરના ભાગમાં ॐ કે જય શ્રી કૃષ્ણ, જય માતાજી લખવામાં આવતું. ત્યારબાદ 'એતાન ગામશ્રી રાજકોટ મધ્યે શ્રી ફલાણાભાઈ થથા ઘરના સૌ કોઈને ગામ મોરબીથી ફલાણાભાઈના જાજા કરીને રામરામ વાંચશો' એવું મથાળું બંધાતું અને પછી જે કંઈ વિગત જણાવવાની હોય તે વિગતવાર લખવામાં આવતું. વળી પત્ર પુરો થવા આવે એટલે તા.ક. લખીને 'પત્ર લખવામાં કંઈ ભૂલચૂક હોય તો સુધારીને વાંચશો' એવું લાગણીસભર માનવાચક વાક્ય અવશ્ય લખવામાં આવતું.

એમાંય વળી શુભ અશુભ પ્રસંગે લખાતી ટપાલો માટે પણ ખાસ પદ્ધતિ હતી. શુભ પ્રસંગે લખાતી ટપાલો હંમેશાં લાલ શાહી (અક્ષરે) દ્વારા લખાતી અને તેને 'શુક્નિયો' કહેવામાં આવતી. જ્યારે અશુભ પ્રસંગે લખાતી ટપાલો હંમેશાં કાળી શાહી દ્વારા (અક્ષરે) લખાતી અને તેની ઉપર મથાળું 'અશુભ' પણ બંધાતું. આવી ટપાલને 'મેલો' કહેવામાં આવતી. જે સામન્ય સંજોગમાં એક વખત ટપાલ વંચાઈ ગયા બાદ તૂરત જ ફાડી નાખવામાં આવતી, તેને ઘરમાં સાચવવામાં ન આવતી. ડાકિયા ડાક લાયા, ડાક લાયા આ ગીત વાગે એટલે ખાખી થેલો અને ખાખી ગણવેશ અને સાઇકલ ઉપર આવતા લોકો ના પ્રેમ

સુખ , દુ:ખ , હરખ નો એક સમય નો ભાગીદાર ટપાલીભાઈ યાદ આવે છે ,

કોરોના વોરિયર તરીકે આ વખતે આ લોકો એ લોકો ના પગાર , પેન્શન અને રૂપિયા ગરે ગરે પહોંચાડ્યા છે .આજે તેનો દિવસ છે .આજે વિશ્વ ટપાલ દિન ઉજવાશે સાથે ભારતમાં- ગુજરાતમાં તા. ૯થી ૧૫ ઓક્ટોબર દરમિયાન નેશનલ પોસ્ટલ વીકની પણ ઉજવણી થશે. ટપાલ સેવાના જનક તરીકે લોર્ડ ક્લાઈવનું નામ લેવામાં આવે છે. તેણે ૧૭૬૬માં વ્યવસ્થા કરેલી.- બ્રિટીશ શાસનમાં વોરન હેસ્ટિંગ્ઝે એને વધુ વિકસાવીહતી. ૧૭૭૪મા પોસ્ટ માસ્ટર જનરલ હેઠળ કોલકાતામાં ગ્રાન્ટ પોસ્ટ ઓફિસની સ્થાપના થયેલી.

ઈન્ડિયન પોસ્ટલ ઓર્ડર ૧૯૩૦માં શરૂ થયા. ૯ ઓક્ટોબર ૧૮૭૪ માં યુનીવર્સલ પોસ્ટલ યુનીયન ની સ્થાપના સ્વીસ ની રાજધાની બર્ન માં થયેલ. અને ત્યાર બાદ ૧૯૬૯ માં જાપાન ના ટોકિયો શહેર માં કોંગ્રેસ દ્વારા આ દિવસ ને વિશ્વ ટપાલ દિવસ તરીકે જાહેર કરવામાં આવ્યો છે. આથી દર વર્ષે ૯ ઓક્ટોબર ને વિશ્વ ટપાલ દિવસ તરીકે ઉજવવામાં આવે છે. વિશ્વ ટપાલ દિવસ નો ઉદ્દેશ લોકો ના વેપાર વાણીજ્ય અને દરરોજ ના જીવન વ્યહાર માં અને દેશના સામાજિક અને આર્થીક વિકાસ માં ટપાલ ક્ષેત્ર ના મહત્વ વિષે જાગૃતતા લાવવાનો છે.

દર વર્ષે ૧૫૦ કરતા વધુ દેશો વિવિધ પ્રવૃત્તિઓ દ્વારા વિશ્વ ટપાલ દિવસ ની ઉજવણી કરવામાં આવે છે. વિશ્વ ટપાલ દિવસઅંતર્ગત ભારતભરમાં ૯ ઓક્ટોબર થી ૧૫ ઓક્ટોબર સુધી રાષ્ટ્રીય ટપાલસપ્તાહ ની ઉજવણી કરવામાં આવે છે. અને આ વર્ષે તેના ભાગરૂપે ભારતીય ટપાલ ખાતાદ્વારા નીચે મુજબ ના અલગ અલગ દિવસ નું આયોજન કરવામાં આવે છે. ૯ઓક્ટોબર વિશ્વ ટપાલ દિવસ, ૧૦ઓક્ટોબર સેવિંગ બેંક દિવસ૧૧ઓક્ટોબર મેઈલ્સ દિવસ,૧૨ઓક્ટોબર ફીલાટેલી દિવસ૧૩ઓક્ટોબર વેપાર વાણીજય દિવસ,૧૫.ઓક્ટોબર ટપાલ જીવન વીમા દિવસ .ગુજરાતમાં માત્ર મહિલાઓથી સંચાલિત હોય એવી બે પોસ્ટ ઓફિસ પણ આવેલી છે. આ વર્ષે ભારતીય પોસ્ટલ વિભાગે એક ઐતિહાસિક પહેલ કરીને ભારતભરમાં મહિલા સંચાલિત પોસ્ટ ઓફિસો શરૂ કરી છે.

મહિલા દિને દિલ્હીના શાસ્ત્રીભવનમાં ભારતની પ્રથમ મહિલા પોસ્ટ ઓફિસ શરૂ થઈ તેના પગલે ત્યાર બાદ એપ્રિલમાં મુંબઈમાં અને એના પછી સમગ્ર ભારતમાં ૧૧ મહિલા પોસ્ટ ઓફિસની શરૂઆત થઈ છે. કુલ ૧૧માંથી ૨ મહિલા સંચાલિત પોસ્ટ ઓફિસ તો ગુજરાતમાં જ છે. ગુજરાતમાં ટપાલ વિભાગના ત્રણ ભાગમાં વહેંચવામાં આવ્યો છે. અમદાવાદ વિભાગના ફાળે એક મહિલા પોસ્ટ ઓફિસ આવે છે, જે ગાંધીનગરમાં આવેલી છે.

ગાંધીનગરની આઈઆઈટીમાં આવેલી આ મહિલા સંચાલિત પોસ્ટ ઓફિસમાં ત્રણ મહિલાઓ કાર્યરત છે. રાજકોટ પોસ્ટલ વિભાગમાં એક મહિલા સંચાલિત પોસ્ટ ઓફિસ આવેલી છે. રાજકોટના રેસકોર્ષ રોડ પર આવેલી આ વિમેન પાવર્ડ પોસ્ટ ઓફિસમાં ૪ મહિલાઓ કાર્યરત છે. ઘરે ટપાલ આપવા આવે તેને પોસ્ટ મેન કહેવાય. પોસ્ટ વિભાગ તેમને પોસ્ટ વુમેન તરીકે સંબોધે છે. આ સામાન્ય લાગતો ટપાલી લોકોના દર્દ, દુઃખ કે સુખનો માત્ર સાક્ષી સેતુ બની જતો. આનંદ, શોક કે હરખ, ઉલ્લાસ, સપના કે પ્રેમ એક થેલામાં ભરી ટપાલી લાગણી અને માંગણી વ્યક્ત કરવાનો આશરો રહેતો.

ઘરેઘરે ટપાલીની રાહ જોવાતી, ન રહેવાય એવા લોકો છેક પોસ્ટ ઓફ્સિ સુધી આંટો મારતા રહેતા. કરાચીથી મુંબઈના ટપાલવ્યવહારમાં કચ્છનું મહત્વ હતું. કરાચીથી મુંબઈ જતી ટપાલને છ સ્થળોએ બદલી કરવી પડતી. કરાચીથી પહેલા ઠઠા (નગર ઠઠા), ત્યાંથી કચ્છનું લખપત, ત્યાંથી કચ્છનું પાટનગર ભુજ, ત્યાંથી અમદાવાદ અને પછી મુંબઈ ટપાલ જઈ શકતી. મોટા ભાગનાં આ ટપાલમથકો 'હલકારા'ઓનો ઉપયોગ કરતા. દર છ–સાત માઈલે હલકારા બદલાતા જતા હતા.

ગુજરાત ના એક જાણીતા ઉદ્યોગપતિનો પરિવાર ઉનાળાના ગરમીના દિવસોમાં સિમલા રહેવા જતો થી જ કારોબાર ચલાવતો. રોજ તેમને ત્યાં કુટુંબના દરેક સભ્યોના નામે ઘણીબધી ટપાલો આવતી. પરંતુ એક નાના છોકરા માટે કોઈ ટપાલ નહિ આવતી. તેણે પિતાના સેક્રેટરી પાસે તેના નામ-સરનામાં વાળા ટિકિટ ચોંટાડેલા કવર તૈયાર કરાવી લીધા. છોકરાના નામે રોજ આવતી ટપાલથી નવાઈ પામી તેના પિતાએ પૂછ્યું કે તને કોણ રોજ ટપાલ લખે છે? તો

જવાબ આપ્યો કે હું પોતે આ હતો ટપાલ અને ટપાલી નો જાદુ .આજ ની પેઢી આ જાદુ ભૂલી છે એટલેજ આ દિવસ યાદ કરવામાં કે કરવામાં આવે છે

. આ છોકરો એટલે ડૉક્ટર વિક્રમ સારાભાઈ. આજના ઈન્ટરનેટના યુગમાં સ્માર્ટફેનના, ઝડપી ટેક્નોલોજીના આવિષ્કાર પછી ઘડીના છઠ્ઠા ભાગમાં જ સંદેશો દુનિયાભરના કોઈપણ ખૂણે કોઈના પણ કોમ્પ્યુટર કે લેપટોપ કે મોબાઈલમાં પહોંચી જાય છે. પત્રલેખનનો ઉમંગ, પત્ર મળ્યાનો આનંદ નવી પેઢી માટે દુર્લભ છે.

વિશ્વમાં પ્રથમ પોસ્ટકાર્ડ ૧૮૬૯માં ઓસ્ટ્રિયાએ બહાર પાડ્યું હતું. આ પોસ્ટકાર્ડ ૧૨.૨ સેમી લાંબું અને ૮.૫ સેમી પહોળું હતું. પહેલા પોસ્ટકાર્ડનો રંગ પીળો હતો એટલે જ આજે પણ પોસ્ટકાર્ડનો રંગ પીળો-ખાખી જ હોય છે. માત્ર એક મહિનામાં ઓસ્ટ્રિયા અને હંગેરીમાં એક લાખથી વધુ પોસ્ટકાર્ડ વેચાયા હતા.ઈંગ્લેન્ડ, જર્મની અને અમેરિકામાં ૧૮૭૧માં પોસ્ટકાર્ડનું આગમન થયું. ભારતમાં પ્રથમ પોસ્ટકાર્ડ ૧૮૭૯માં બહાર પડ્યું જેના ઉપર ઇસ્ટ ઇન્ડિયા કંપનીનું નામ તેમજ રાજચિહ્ન અંકિત હતું. રાણી વિક્ટોરિયાનો ફોટો જમણી બાજુ હતો. ૧૮૯૯માં પોસ્ટકાર્ડમાંથી ઇસ્ટ ઇન્ડિયા કંપનીનું નામ કાઢીને ઇન્ડિયન પોસ્ટ લખવામાં આવ્યું હતું. ૧૮૭૦માં બ્રિટીશરાજમાં પહેલી પોસ્ટઓફ્સિ અલાહાબાદમાં શરૂ થઇ હતી. સ્વતંત્ર ભારતની પહેલી ટપાલ ટિકીટ ૨૧ નવેમ્બર,૧૯૪૭ના રોજ બહાર પડી હતી એના પર 'જય હિંદ' લખેલા ભારતનો ધ્વજ હતો.

૨ ઓક્ટોબર ૧૯૫૧ના રોજ ચરખો ચલાવતા ગાંધીજીના ચિત્રવાળા પોસ્ટકાર્ડ બહાર પડ્યા હતા. ગર્વની વાત છે કે વિશ્વમાં એક માત્ર તરતી (ફ્લોટિંગ) પોસ્ટ ઓફ્સિ ભારતમાં શ્રીનગર શહેરમાં આવેલી છે. વિશ્વમાં સૌથી ઊંચાઈએ આવેલી પોસ્ટ ઓફ્સિ હિમાચલ પ્રદેશમાં સિક્કિમ ખાતે આવેલી છે. તે ૪,૭૦૦ મીટરની ઊંચાઈએ આવેલી છે.

આપણે જેને પિનકોડ કહીએ છીએ તે દુનિયાભરમાં ઝીપ (ઝોન ઈમ્પ્રુવમેન્ટ પ્લાન) કોડના નામે જાણીતું છે. ડિસેમ્બર ૧૯૩૨માં મોર્ડન ઝીપકોડ અમલમાં લાવનાર પહેલો દેશ હતો સોવિયત યુક્રેન, ત્યારબાદ જર્મની ૧૯૪૧, સિંગાપોર ૧૯૫૦. આર્જેન્ટિના ૧૯૫૮,

અમેરિકા ૧૮૬૩માં અમલ થયો. પરંતુ મોટા શહેરને દસ ભાગમાં વિભાજિત કરનાર પહેલો દેશ ઈંગ્લેન્ડ હતો, ૧૮૫૭માં લંડન શહેરને ટપાલની રીતે ૧૦ ભાગમાં વિભાજિત કરવામાં આવ્યું હતુ.

સમય સાથે તાલ મિલાવતા વિશ્વની પોસ્ટ ઓફ્ફિસ પોસ્ટકાર્ડ સાથે ઈનલેન્ડ લેટર્સ, એન્વેલપ્સ, એરમેઈલ જેવી અન્ય પ્રોડક્ટ અને સેવાઓ પણ આપવાનું શરૂ કરી વેપાર, વાણિજ્યમાં મહત્વનું કદ સ્થાપિત કર્યું હતું. ભારતીય પોસ્ટ પત્ર-પાર્સલ મોકલવા ઉપરાંત બચત યોજના, પેમેન્ટસ બેન્ક્ અને એક ઈ-કોમર્સ પોર્ટલ પણ ચલાવે છે. ભારતીય ટપાલ ખાતામાં ૪ લાખ ૩૦ હજારથી વધુ કર્મચારીઓ કામ કરે છે. આખા ભારતમાં લગભગ ૧ લાખ ૫૬ હજાર પોસ્ટ ઓફ્ફિસ છે, જે દેશની તમામ વ્યવસાયિક બેન્કેની શાખાઓ કરતાં ૫૦ હજાર વધુ છે.

કમ્પ્યુટર અને ઈન્ટરનેટથી કાળક્રમે પોસ્ટને લગતી કામગીરી ઓછી થઇ ગઈ છે, તેમ છતાંય દુનિયામાં આ સિસ્ટમ ચાલુ રાખવાના પ્રયત્નો પણ થતા રહે છે. ૨૦૧૪ની પહેલી સપ્ટેમ્બરથી દર વર્ષે વિશ્વ પત્રલેખન દિવસ ઉજવાય છે. આ દિવસે 'હસ્તલિખિત પત્ર'નું જ મહત્ત્વ છે.

એક માહિતી મુજબ ભારતમાં અંદાજે ૧૦ કરોડ જેટલા પોસ્ટકાર્ડ છાપવામાં આવે છે. અને એક જમાનામાં પોસ્ટ વિભાગની કમાણીનું સાધન ગણાતા આ પોસ્ટકાર્ડ આજે નુકસાન કરાવે છે. એક પોસ્ટકાર્ડ પર ટપાલ વિભાગને ૭ રુપિયા જેટલું નુકસાન જાય છે. વિસ્તારની રીતે દેશમાં સૌથી વિશાળ કચ્છ જિલ્લામાં ગામે ગામ પત્રો મૂકવાનું કામ પહેલેથી જ ખૂબ દુષ્કર રહ્યું છે, પરંતુ વર્ષોથી આ પડકારભર્યું કામ સુપેરે નિભાવી રહેલું ટપાલખાતું હવે જમાના સાથે કદમ મિલાવીને અધ્યતન સેવાઓ આપતું થયું છે..

સંદર્ભ : વિકિપીડિયા અને તમામ અખબારી અહેવાલો અને વિવિધ બ્લોગ ના વિચારો

3

તમાકુ નિષેધ દિવસ

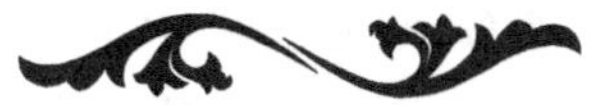

મિત્રો દર વર્ષે ૩૧ મે ના રોજ વિશ્વ તમાકુ નિષેધ દિવસની ઉજવણી કરવામાં આવે છે.. આ દિવસનો ઉદ્દેશ્ય તમાકુના દૃષ્પરિણામો અને પ્રભાવોથી લોકોમાં જાગરૂકતા લાવવા માટે અને વ્યક્તિઓને તેની ખરાબ આદતોની ગંભીરતા અંગે પ્રોત્સાહન આપવાનું છે. આ માહિતી આધારિત લેખ છે વિવિધ અખબારી અહેવાલો અને દાક્તરી સલાહ ને આધારે મેં માત્ર માહિતી પુરી પડી છે જેની નોંધ લેવા વિનંતી છે. વિશ્વમાં તમાકુના બંધાણીઓની કુલ સંખ્યા ૧૦૦ કરોડ કરતા પણ વધુ છે. જે પૈકીના ૮૦ કરોડ લોકો ભારત તથા અન્ય વિકાસશિલ દેશોમાં રહે છે.

તમાકુના લીધે વિશ્વમાં દર વર્ષે ૬૦ લાખ લોકો મૃત્યુને ભેટે છે. જે પૈકીના ૫૦ લાખ લોકો પોતેજ તમાકુની બનાવટોનો કોઇપણ સ્વરુપે ઉપયોગ કરતા હોય છે જ્યારે ૬ લાખ લોકો પોતે તમાકુના વ્યસની ના હોઇ પરંતુ અન્ય તમાકુનો ઉપયોગ કરતા લોકોના સતત સંપર્ક ના લીધે મૃત્યુ પામે છે. વિશ્વ આરોગ્ય સંસ્થા એ લગાવેલા અંદાજ પ્રમાણે તમાકુ ના ધૂમ્રપાનને લીધે દર વર્ષે 60 લાખ લોકો મૃત્યુ પામે છે,

જેમાં 6 લાખ લોકો એવા છે કે જે પોતે ધૂમ્રપાન નથી કરતા પરંતુ પરોક્ષ રીતે તમાકુનો ધુમાડો તેમના શ્વાસમાં જાય છે. ન્યુ ઇંગ્લેન્ડ જર્નલ ઓફ મેડિસિન ની 2014 ની સમીક્ષા અનુસાર જો આજ રીતે તમાકુનો ઉપયોગ ચાલુ રહેશે તો 21મી સદી માં લગભગ 1 અબજ

"

લોકોને મારી નાખશે, તેમાંથી અડધા 70 વર્ષ થી નાના હશે.તમાકુની આરોગ્ય પરની આડઅસરો વિશે ઘણા સંશોધનો થયેલા છે, જેમાં મોટા ભાગના ધૂમ્રપાન પર થયા છે. તમાકુમાં નિકોટીન નામનું દ્રવ્ય હોય છે જે વ્યસન માટે જવાબદાર છે. આ ઉપરાંત બીજા પચાસ કરતા વધુ કેન્સર જન્ય રસાયણો હોય છે.જયારે તમાકુ પીવા માં આવે છે ત્યારે નિકોટીન લોહી માં ભળી જાય છે જે માનસિક અને શારીરિક અવલંબન નું કારણ બને છે.

વિકાસશીલ દેશોમાં વપરાતી સિગારેટ માં ટાર ની માત્રા વધારે હોય છે અને ફિલ્ટર નો ઉપયોગ થતો નથી જે આરોગ્ય માટે વધારે જોખમ કરી શકે છે. ભારતમાં કેન્સરનું પ્રમાણ દર એક લાખની વસ્તીએ 70-90 નું છે. હાલમાં ભારતમાં કેન્સરના આશરે 24 લાખ દર્દીઓ છે ઉપરાંત દર વર્ષે બીજા 8 લાખ જેટલા દર્દીઓ ઉમેરાય છે. 48% પુરુષો માં અને 20% સ્ત્રીઓમાં કેન્સરનું મુખ્ય કારણ તમાકુનું સેવન છે. પુરુષોમાં મોં તથા ગળાનું કેન્સર અનેસ્ત્રીઓમાં સ્તન અને ગર્ભાશય ના મુખનું કેન્સર વધારે જોવા મળે છે. સ્તન અને ગર્ભાશય ના મુખનું કેન્સર તમાકુ ના સેવનથી સંબંધિત નથી તથા મેમોગ્રાફી અને પેપ સ્મિયર જેવી સાદી તપાસથી શરૂઆતના તબક્કામાં નિદાન થઈ શકે છે.

કેટલાક દેશોએ તમાકુના ઉપયોગ ને નિયંત્રીત કરવા માટે પગલાં લીધેલા છે. જેમાં વપરાશ અને વેચાણ પર નિયંત્રણ, પેકેજીંગ પર ચેતવણી સંદેશ, જાહેર સ્થળો પર ધૂમ્રપાન પ્રતિબંધ તથા તમાકુ ઉત્પાદન પર વધારા નો કર નો સમાવેશ થાય છે.તમાકુ ઉત્પાદનો એ કોઇપણ રાષ્ટ્રના વિકાસ માટે ખતરારુપ છે. અને તે લોકોના શારિરીક સ્વાસ્થ્ય માટે હાનીકારક છે, ઉપરાંત લોકોની આર્થીક સ્થિતી પણ ખોરવાય છે. આમ આ તમાકુ ઉત્પાદનોના સેવનની ઉભી થયેલ વૈશ્વિક કટોકટીને પહોંચી વળવા વિવિધ સરકારો તેમજ લોકો આરોગ્ય તેમજ વિકાસને પ્રાથમિકતા આપે તે જરુરી છે.

સ્વાસ્થ્ય તમાકુ સાથે જોડાયેલા જોખમો માટે પ્રસિદ્ધ છે.તેમ છતાં યુવાનો બહોળા પ્રમાણમાં તમાકુનો ઉપયોગ પોતાના સાથીઓ સાથે દબાણના લીધે કે બહારી જિજ્ઞાસાના કારણે સેવન કરતા જોવા મળે છે.તમાકુનું સિગારેટ,બીડી,ગુટખા અને હુક્કા જેવા ઘણા બધા

સ્વરૂપોમાં સેવન કરવામાં આવે છે.તમાકુમાં નિકોટીન નામનો એક અત્યંત નશાવાળો પદાર્થ હોય છે.નિકોટીન થોડા સમય માટે ખુબ આનંદ આપે છે પરંતુ લાંબા સમયે તે તમારાં હૃદય,ફેફસાં,પેટ અને સાથે સાથે તમારાં જ્ઞાનતંતુઓને અસર કરે છે.એક સમયના અંતરે,વ્યક્તિને શારીરિક અને ભાવનાત્મક રૂપે નિકોટીન નું વ્યસન થઇ જાય છે અને તેના કારણે ઘણી બધી સ્વાસ્થ્યની ગંભીર અસર ઘેરી વળે છે.

તમાકુની ખરાબ અસરો જોઈએતો ઉધરસ સાથે ગળામાં બળતરાની શરૂઆત થવી,શ્વાસમાંથી ગંધ આવવી અને કપડાંમાંથી ગંધ આવવી,ચામડી કરચલીવાળી થવી,દાંતો પીળાં થઈ જવાગંભીર સ્વાસ્થ્ય સમસ્યાઓ જેમ કે :હૃદયની બિમારી , શ્વાસનળીમાં સોજો આવવો ,ન્યુમોનિયા,આંચકા આવવાં, કેન્સરના ઘણાં બધા પ્રકારો-જો તમે તમે ધુમ્રપાન કરતાં નથી તેમ છતાં તેના સંપર્કના કારણે ઘણાં બધા પ્રકારના કેન્સરનો ભોગ બની શકો છો.જેમ કે ફેફસાં,ગળું,પેટ,મૂત્રાશયનું કેન્સર આ સ્થિતિને નિષ્ક્રિય ધુમ્રપાન કહેવાય છે. નિષ્ક્રિય ધુમ્રપાનમાં ઘણી બધી સ્વાસ્થ્ય સમસ્યાઓ ઉદભવે છે.આમ,તે સક્રિય ધુમ્રપાનના સ્વરૂપ જેટલું સમાન હાનિકારક છે.તમાકું છોડવી ખુબ જ મુશ્કેલ બાબત છે.તેમાં નિકોટીન એક મજબુત ઝેરી વ્યસન છે.તેમ છતાં પણ તમે યોગ્ય ઉપચારો સાથે અને અભિગમપૂર્વક વળગીને આ વ્યસનને છોડાવવા માટે ધૈર્ય ની સાથે સાથે ઈચ્છાશક્તિ પણ રાખવી જોઈએ.

તે એક દિવસમાં બંધ થતું નથી.પણ અનેક દિવસોના અંતે થાય છે. મોટાભાગના કિસ્સાઓમાં વ્યક્તિ ક્ષણિક મોજ-મજા માટે તમાકુનો ઉપયોગ શરુ કરે છે જે આગળ જતા વ્યસનમાં પરિણમે છે. અને તમાકુની અનુપસ્થિતીમાં અનુભવાતી બેચેની, અકળામણ, તણાવ, સુસ્તિને દુર રાખવા તેનો ઉપયોગ શરુ રાખે છે.

તમાકુની લાંબાગાળાની આડ અસરો જેવીકે, સ્ટ્રોક. ફેફસા, મોં, જીભ કે સ્વરપેટીનુ કેન્સર, હૃદયરોગ, ગર્ભાશય, પાચનતંત્ર તથા આંતરડાનુ કેન્સર, નપુંસકતા જેવી અસરો પ્રત્યે જાગૃતી તથા તમાકુમુક્તિના પ્રયાસો મનોચિકિત્સકની સીધી દેખરેખ હેઠળ કરવાથી તમાકુમુક્તિના પ્રયત્નો સફળ નિવડે છે. પરોક્ષ ધૂમ્રપાન પણ સ્વાસ્થ્ય

માટે જોખમી છે. પુરુષો કરતાં સ્ત્રીઓમાં ધૂમ્રપાન વધારે જોખમી છે. એક અભ્યાસ અનુસાર પુરુષ ધૂમ્રકર્તા અને સ્ત્રી ધૂમ્રકર્તાના સરેરાશ જીવનમાં અનુક્રમે 13.2 અને 14.5 વર્ષનો ઘટાડો થાય છે. ધૂમ્રપાનની આદત છોડવા અથવા લાગતી અટકાવવા - બાળકો અને કિશોરોમાં શિક્ષણ અને સલાહ દ્વારા જાગૃતિ ફેલાવવી.

સ્વસ્થ ખોરાક લેવો અને પૂરતો આરામ કરવો. આપણે થાકેલા હોઈએ ત્યારે ધૂમ્રપાન ની ઇચ્છા વધારે થાયછે. ધૂમ્રપાનની મંજૂરી નહોય તેવી જગ્યા એ જાઓ. ધૂમ્રપાન ના કરનારાઓ સાથે સમય પસાર કરો.ધૂમ્રપાન છોડવા માટે પોઝીટીવ રહો અને નાસીપાસ થયા વગર સતત પ્રયત્નશીલ રહો.

સંદર્ભ : વિવિધ અખબારી અહેવાલો અને દાક્તરી સલાહ , વિકીપીડીયા

4
શિક્ષક દિવસ

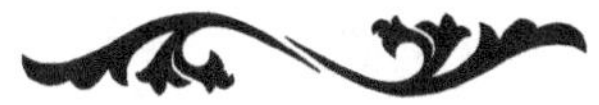

મિત્રો શિક્ષક દિન વિશ્વમાં શિક્ષકોના માનમાં ઉજવવામાં આવતો દિવસ છે, ભારતમાં શિક્ષક દિન દર વર્ષની ૫ સપ્ટેમ્બરના રોજ મનાવવામાં આવે છે. આ દિવસ ભારતના ભૂતપૂર્વ રાષ્ટ્રપતિડૉ. સર્વપલ્લી રાધાકૃષ્ણનનો જન્મદિવસ છે, જેને તેમની યાદમાં ભારતમાં શિક્ષક દિન તરીકે ઘોષિત કરવામાં આવ્યો છે. ડૉ. સર્વપલ્લી રાધાકૃષ્ણન રાષ્ટ્રપતિ બનતા પહેલાં એમની કારકિર્દીમાં સૌપ્રથમ ચેન્નઈની મદ્રાસ પ્રેસિડેન્સી કોલેજમાં તત્ત્વજ્ઞાન વિષયના શિક્ષક તરીકે નિમણૂક પામ્યા હતાં.

રાધાકૃષ્ણન ભારતીય સંસ્કૃતિના વાહક, પ્રખ્યાત શિક્ષણશાસ્ત્રી અને મહાન દાર્શનિક હતા. તેઓ સમગ્ર વિશ્વને એક યુનિવર્સિટી માનતા હતા. ડૉ. સર્વપલ્લી રાધાકૃષ્ણનને પ્રખ્યાત નોબેલ પુરસ્કાર માટે 27 વખત નોમિનેટ કરાયા હતા. 1954માં ભારત સરકાર દ્વારા તેમને 'ભારત રત્ન' એનાયત કરાયો હતો. આ દિવસે 1966ના રોજ ટીચિંગ ઇન ફ્રિડમ નામની એક સંધી પર હસ્તાક્ષર થયા હતા.આ આંતરરાષ્ટ્રીય સંમેલનમાં ટીચિંગ ઇન ફ્રિડમ સંધી હેઠળ શિક્ષકોના અધિકારો, જવાબદારી અને શિખવા- શિખવવાનો માહોલ ઉભો કરવા જેવી બાબતોનો સમાવેશ થતો હતો. 5 ઓકટોબર 1997ના રોજ આયોજિત આ સંમેલનમાં યૂનેસ્કોએ ઉચ્ચતર શિક્ષણ સાથે જોડાયેલા

શિક્ષકોની સ્થિતિને લઇને વર્ગિકરણ કર્યું હતું. માણસને સંસ્કાર આપીને સારો નાગરિક બનાવવામાં શિક્ષણનો મોટો ફાળો છે.આથી શિક્ષણને પ્રોત્સાહન આપવાના હેતુંથી યુનેસ્કો દ્વારા દર વર્ષે શિક્ષક દિન ઉજવાય છે. જો કે વિશ્વના જુદા જુદા દેશોમાં શિક્ષક દિન અલગ તારીખે પણ ઉજવાય છે જેમાં ભારતમાં ભારતમાં 1962થી 5 સપ્ટેમ્બરના રોજ શિક્ષક દિવસ ઉજવવાની શરુઆત થઇ હતી.. ભારતમાં દેશના શિક્ષણના ઘડતર માટે યોગદાન આપનારા શિક્ષકોના સન્માનમાં ઉજવાય છે. દરેક નાગરિક કોઇને કોઇ રીતે પોતાના જીવન વિકાસમાં શિક્ષકોના મહત્વને યાદ કરીને આભાર પ્રગટ કરે છે.

આ લેખ માહિતી આધારિત છે , મેં વિવિધ સંદભૉ, અખબારી અહેવાલો નો ઉપયોગ કરીને આ લેખ લખ્યો છે જેની નોંધ લેવા વિનંતી છે

ડૉ. રાધાકૃષ્ણન એક મહાન ફિલોસોફર અને શિક્ષક હતા. તેમણે એકવાર કહ્યું હતું કે - "હું પહેલા શિક્ષક છું,અને પછી રાષ્ટ્રપ્રમુખ છું" શિક્ષક એ વ્યક્તિ છે જે એક બગીચાને જુદા જુદ રંગરૂપના ફૂલોથી સજાવે છે. જે વિદ્યાથીઓને કાંટાળા માર્ગે પણ હસીને ચાલવા માટે પ્રોત્સાહિત કરે છે. તેમને જીવવાનુ કારણ સમજાવે છે. શિક્ષક માટે બધા વિદ્યાથીઓ સમાન હોય છે અને તે બધાનુ કલ્યાણ ઈચ્છે છે. એક એવી પરંપરા આપણી સંસ્કૃતિમાં હતી,.. એકલવ્યએ દ્રોણાચાર્યને પોતાના માનસ ગુરુ બનાવીને તેમની મૂર્તિને પોતાની સામે મુકીને ધનુર્વિદ્યા શીખી. આ ઉદાહરણ દરેક શિષ્ય માટે પ્રેરણાદાયક છે.

શિક્ષક દિવસ નિમિત્તે વિદ્યાથીઓ પોત-પોતાની રીતે શિક્ષકો પ્રત્યે પ્રેમ અને સન્માન વ્યક્ત કરતા હોય છે.. યુનેસ્કો દ્વારા 1994માં આ દિવસ મનાવાની શરુઆત કરાઈ હતી. દુનિયાના 100થી વધુ દેશોમાં જુદી-જુદી તારીખે શિક્ષક દિવસ મનાવાય છે. દુનિયાના 20 દેશમાં 5 ઓક્ટોબરના રોજ શિક્ષક દિવસ મનાવાય છે, જ્યારે 11 દેશમાં 28 ફેબ્રુઆરીના રોજ શિક્ષક દિવસ મનાવાય છે.

અમેરિકામાં 1944માં મેટે વાયટે વુડબ્રિજે સૌથી પહેલા શિક્ષક દિવસની તરફેણ કરી હતી. ત્યાર પછી 1953માં કૉંગ્રેસે તેને માન્યતા આપી હતી. 1980માં 7 માર્ચના રોજ રાષ્ટ્રીય શિક્ષક દિવસ તરીક

પસંદ કરાયો હતો. ત્યાર પછી મે મહિનાના મંગળવારના રોજ તેનું આયોજન કરાયું હતું. સિંગાપોરમાં સપ્ટેમ્બર મહિનાના પ્રથમ શુક્રવારને શિક્ષક દિવસ તરીકે મનાવાય છે.

અફઘાનિસ્તાનમાં 5 ઓક્ટોબરના રોજ 5 ઓક્ટોબરનો દિવસ શિક્ષક દિવસ તરીકે મનાવાય છે. આ દિવસે અહીં શાળામાં રજા હોય છે, પરંતુ કેટલીક સ્કૂલોમાં શિક્ષકો સાથે કાર્યક્રમોનું આયોજન કરાય છે.

આર્જેન્ટિનામાં 11 સપ્ટેમ્બરના રોજ આર્જેન્ટિનાના સાતમા રાષ્ટ્રપતિ ડોમિંગો ફોસ્ટિનો સરમિન્ટોના માનમાં શિક્ષક દિવસ મનાવાય છે. તેમણે દેશમાં શિક્ષણને પ્રોત્સાહન આપ્યું હતું. 11 સપ્ટેમ્બર, 1888ના રોજ તેમનું નિધન થયું હતું.

ભુટાનમાં ત્રીજા રાજાના જન્મદિવસની ઉજવણીના ભાગ રૂપે 2 મેના રોજ શિક્ષક દિવસ મનાવાય છે. તેમણે દેશમાં ફરજિયાત શિક્ષણ લાગુ કર્યું હતું.

ચીનમાં 10 સપ્ટેમ્બરના રોજ શિક્ષક દિવસ મનાવાતો હતો. ત્યાર પછી લોકોએ ચીનના મહાન દાર્શનિક કન્ફ્યુસિયસના જન્મદિવસ 28 સપ્ટેમ્બરને શિક્ષક દિવસ તરીકે મનાવવા સરકારને વિનંતી કરી હતી. તાઈવાનમાં 28 સપ્ટેમ્બરના રોજ જ શિક્ષક દિવસ મનાવાય છે.

એલ સેલવાડોરમાં 22 જુનના રોજ શિક્ષક દિવસ મનવાય છે. આ દિવસે દેશમાં રાષ્ટ્રીય રજા જાહેર કરવામાં આવે છે.

આ ઉપરાંત અલ્બાનિયા, અલ્જેરિયા, આર્મેનિયા, ઓસ્ટ્રેલિયા,આઝરબૈજાન, બાંગ્લાદેશ, બોલિવિયા, બ્રાઝિલ, બુલ્ગારિયા, કેનેડા, કોલંબિયા, કોસ્ટા રિકા, ચેઝ રિપબ્લિક, ઈક્વાડોર, ઈજિપ્ત, જર્મની, ગ્રીસ, હંગેરી, ભારત, ઈરાન, ઈઝરાયેલ, જમૈકા, લાટવિયા, મલેશિયા, મેક્સિકો, મોંગોલિયા, નેધરલેન્ડ્સ, ન્યૂઝીલેન્ડ, પાકિસ્તાન, પેરુ, ફિલિપિન્સ, પોલેન્ડ, રશિયા, દક્ષિણ કોરિયા, સ્પેન, ટર્કી, યુનાઈટેડ કિંગડમ, વિયેટનામ, વેનેઝુએલા, યમન દેશમાં શિક્ષક દિવસ મનાવાય છે.

પ્રાચીન સમયમાં શિષ્ય ગુરુકુળમાં રહીને શિક્ષા મેળવતા હતા. આજે આ શિક્ષા ગુરુકુળમાંથી થઈને આલીશાન અને ભવ્ય ઈમારતોમાં આવી ગઈ છે જેને આપણે શાળા કહીએ છીએ. દુ:ખદ એ છે કે અત્યારના જનજીવનમાં શિક્ષણ ડિગ્રી, કારકિર્દી અને કમાણી સાથે

જોડાયેલું છે,. પદ અને પૈસો જીવનનાં મહત્ત્વનાં અંગો છે એ સાચું, પણ સમગ્ર જીવન નહીં. ખરેખર તો શિક્ષણ માનવીના જીવનને ઘડે છે, જીવનનાં સઘળાં અંગોને સ્પર્શે છે, તેથી શિક્ષણને ખંડ-ખંડમાં જોવાને બદલે અખંડપણે જોવું જોઈએ.

ચાણક્ય ના જણાવ્યા પ્રમાણે માનવજીવનને ઘડનારા આવા મહાન અને અસાધારણ તત્ત્વ શિક્ષણ સાથે જે વ્યક્તિ જોડાય તે સાધારણ તો ન હોઈ શકે, જે વ્યક્તિના દૃષ્ટિક્ષેત્રમાં 'શિક્ષણ' આ રીતે સમાયેલું હોય, સચવાયેલું હોય તેણે જ શિક્ષક બનવું જોઈએ. શિક્ષકનું અસાધારણપણું જળવાઈ રહે તે ખૂબ મહત્ત્વનું છે. એની દૃષ્ટિમાં પ્રત્યેક બાળક એક વિદ્યાર્થી તરીકે જ માત્ર નહીં, ભવિષ્યના ઉત્તમ માનવી તરીકે ગોઠવાવો જોઈએ. શિક્ષકે વિદ્યાર્થીને પદ અને ગરિમા બંને આપવાં જોઈએ. શિક્ષકે પોતાનાં વાણી-વર્તનથી વર્ગમાં ભારતીય સંસ્કૃતિની મહેક પ્રસરાવવાની છે. આ અભ્યાસક્રમનો નહીં, જીવનક્રમનો ભાગ છે, જેને કારણે આખો સમાજ ટકી રહ્યો છે.

અને અંતે આજના દિવસે મારા જેવા અનેક વિદ્યાર્થીઓ ના જીવન ઉજાગર કરનાર શિક્ષકો ને મારા વંદન , આજના દિવસે સાચા આદર્શ શિક્ષકો જોવા મળતા નથી આજે ટ્યૂશન માં વધારે શિક્ષક અને શિક્ષણ જોવા મળે છે તે એક ચિંતા નો વિષય છે , તો આજના દિવસે ખાસ તમારા જીવન ને ઉજાગર કરનાર શિક્ષકે ને ખાસ રૂબરૂ મળવા જજો અને કોઈ પણ તમારા પદ અને મોભાની પરવા કર્યા વગર તમારા ગુરુ ને પગે પડી ને વંદન કરજો આવી મારી અપીલ છે .કોરોના કાળ માં સૌથી વધારે ખરાબ અસર પડી હોય તો તે છે શિક્ષણ અને શિક્ષક આથી આજના દિવસનું મહત્વ વધી જાય છે .

સંદર્ભ :વિકિપીડિયા , વિવિધ અખબારી અહેવાલો અને વિવિધ લેખકો ના બ્લોગ અને લેખ આધારિત માહિતી

5
પર્યાવરણ દિવસ

મિત્રો મિત્રો વિશ્વ ૫ જૂન ના વિશ્વ પર્યાવરણ દિવસ આવે છે ત્યારે હું વાચકો માટે માટે કડવો પણ અતિ ગુણકારી એવા બારમાસી લીમડા ના વૃક્ષ ની અવનવી માહિતી લઇ ને આવ્યો છું ,આ માહિતી માં મેં લગભગ મેં તેના વૈજ્ઞાનિક પાસા ઓ ને ઉજાગર કરવાનો પ્રયાશ કર્યો છે આશા છે આપને જરૂર ગમશે અત્રે મેં માત્ર માહિતી આધારિત જ લેખ લખ્યો છે અને જે નામાટે વિવિધ સંદંર્ભો નો ઉપયોગ કરવામાં આવ્યો છે જેની નોન્ધ લેવા વિનંતી છે .,

લીમડા નો કેવો અને કઇ રીતે અને કેટલો ઉપયોગ કરવો તે દાક્તર ની સલાહ અનુસાર જ કરાય તે યોગ્ય રહેશે એવી મારી અપીલ છે . .લીમડો (અઝદિરચ્તા ઇન્ડિકા) એ મેલિયેસી કુળનું વૃક્ષ છે. એઝાડિરેક્ટા ઈન્ડિકા વનસ્પતિ પ્રજાતિના વર્ગની બે શ્રેણીમાંથી તે એક છે, અને ભારત, મ્યાનમાર, બાંગ્લાદેશ, શ્રીલંકા, મલેશીયા અને પાકિસ્તાનમાં ઉદ્ગમ સ્થાન ધરાવે છે, ઉષ્ણકટિબંધ અને પેટા-ઉષ્ણકટિબંધ વિસ્તારોમાં ઉગે છે.

લીમડાના અન્ય નામો આ મુજબ છે નીમ (હિન્દી, ઉર્દૂ અને બંગાળી), નીમ્મ (પંજાબી), આર્ય વેપ્પુ (મલયાલમ), અઝાદ દિરખ્ત (પર્શિયન), નીમ્બા (સંસ્કૃત અને મરાઠી), દોગોનયારો (અમૂક નાઇજીરીયાની ભાષામાં), માગોસા, નીબ (અરેબિક), નીમટ્રી, વેપુ, વેમ્પુ, વેપા (તેલુગુ), બેવુ (કન્નડ), કોહોમ્બા (સિંહાલા), વેમ્પુ

(તમિલ), તામર (બર્મિસ), ક્સોન એન ડો (વિયેટનામીઝ), અને ઇન્ડીયન લીલાક (ઇંગ્લીશ). પૂર્વ આફ્રિકામાં તે પણ મૌરુબૈની (સ્વાહિલી) તરીકે ઓળખાય છે, જેનો અર્થ છે *40 નું વૃક્ષ*, કારણ કે તે 40 વિવિધ રોગોની સારવાર કરે છે તેવું માનવામાં આવે છે.

લીમડો એ ઝડપી-વિકાસ પામતુ વૃક્ષ છે જે 15-20 મી (આશરે 50-65 ફુટ), ભાગ્યે જ 35-40 મી (આશરે 115 – 131 ફુટ) ની ઊંચાઇ સુધી જઇ શકે છે. તે સદાય લીલું હોય છે, પરંતુ તીવ્ર દુષ્કાળમાં તેના લગભગ અથવા તમામ પાંદડા ખરી જાય છે. તેની શાખાઓ વિસ્તૃત રીતે ફેલાય છે. તેની સામાન્ય ઘનત ગોળ અને ઇંડાકારની હોય છે અને જુનાં, સ્વતંત્ર-ઉભેલ પ્રજાતિઓમાં 15-20 મીનો વ્યાસ ધરાવે છે.

લીમડાનું વૃક્ષ તેના દુષ્કાળ પ્રતિરોધ માટે જાણીતું છે. સામાન્ય રીતે તે થોડાં સૂકાંથી થોડા-ભેજવાળા વાતાવરણમાં, 400 થી 1200 મીમી વાર્ષિક વરસાદવાળા વિસ્તારમાં ઝડપથી વધે છે. તે 400 મીમી વાર્ષિક વરસાદવાળા વિસ્તારોમાં ઊગી શકે છે, પરંતુ આ પ્રકારના કિસ્સાઓમાં તે જમીનના પાણી સ્તરો પર વિસ્તૃત રીતે આધાર રાખે છે.

લીમડો ઘણી વિવિધ પ્રકારની જમીનમાં ઊગી શકે છે, પરંતુ પાણીવાળી અને રેતાળ જમીનોમાં ઝડપથી ઊગે છે. તે મૂળ ઉષ્ણકટિબંધથી પેટાઉષ્ણકટિબંધનું વૃક્ષ છે અને વાર્ષિક 21-32 સે. વચ્ચેના ઓછા તાપમાને ટકી રહે છે. તે વધુધુથી તીવ્ર તાપમાન સહન કરી શકે છે અને 4 સે. થી નીચુ તાપમાન સહન કરી શકતો નથી.

લીમડો એ જીવન બક્ષતુ વૃક્ષ છે, ખાસ કરીને સૂકા દરિયાઇ, દક્ષિણ રાજ્યો માટે. તે ખુબ ઘટાદાર છાયાં આપતા વૃક્ષોમાંનું એક છે જે સૂકાં-સપાટ વિસ્તારોમાં ઝડપથી ઊગે છે. વૃક્ષો સંપૂર્ણ રીતે પાણીની ગુણવત્તા વિશે સંવેદનશીલ નથી અને કોઇપણ ગુણવત્તા ધરાવતા, પાણીનાં થોડા ટીપાંથી પણ ઊગે છે. તામિલનાડુમાં લીમડાના વૃક્ષો ખૂબ સામાન્ય રીતે જોવામાં આવે છે તેનો ઉપયોગ શેરીઓમાં લાઇન કરવા માટે થાય છે અથવા લગભગ લોકોના ઘરના પાછળના ભાગે હોય છે. ખૂબ સૂકા વિસ્તારોમાં, જેમ કે સિવાકાસી, જમીન પર મોટી કતારોમાં વૃક્ષો વાવવામાં આવ્યાં છે, જેની છાયાંમાં ફટાકડાંની

ફૅક્ટરીઓ કાર્યરત છે. લીમડામાં ટર્પેનોઇડ, લિમોનોઇડ, ટેટ્રાનોટર્પેનોઇડ વગેરે આલ્કલોઇડ્ઝ છે, જેઓ સ્વાદે કડવા છે. વધુમાં નિમ્બિન, સલાનિન, ગેડુનિન, એઝાડિરાકનિક, ટેનિન વગેરે જેવાં બે ડઝન બીજાં રસાયણો છે. લગભગ બધાં કીટકનાશક અને ફૂગનાશક છે.

તેના ઉદ્ગમ વિસ્તારો નથી તેવા ઘણા વિસ્તારોમાં લીમડાને અતિક્રમણ કરનાર પ્રજાતિ ગણવામાં આવે છે. પાકિસ્તાની વૈજ્ઞાનિક સલીમુઝ્ઝમાન સિદ્દીકી (પાછળથી) પ્રથમ વૈજ્ઞાનિક હતાં જેમણે વૃક્ષને પાઇથોફાર્માકોલોજિસ્ટના ધ્યાને મૂક્યું. 1942 માં જ્યારે દિલ્હી યુનિવર્સિટી,

ભારત ખાતેની સાયન્ટિફિક એન્ડ ઇન્ડસ્ટ્રીયલ રીસર્ચ લેબોરેટરીમાં કાર્ય કરતા હતા, ત્યારે તેમણે લીમડાના તેલમાંથી ત્રણ કડવાં બંધારણ તૈયાર કર્યાં, તેણે અનુક્રમે નીમ્બીન, નીમ્બીનીન અને નીમ્બીદીન નામ આપ્યાં, બીજ જટિલ દ્વિતીયક પાચક જંતુનાશક ધરાવે છે.ભારતમાં, વૃક્ષ "પવિત્ર વૃક્ષ", "રામબાણ", "પ્રકૃતિની દવા દુકાન", "ગ્રામ્ય દવા" અને "તમામ રોગો માટે અક્સીર ઇલાજ" જેવા વિવિધ ઉપનામોથી ઓળખાય છે. લીમડામાંથી તૈયાર થતા ઉત્પાદનો પ્રમાણિત તબીબી ગુણો ધરાવે છે, કૃમિનાશક, ફૂગપ્રતિરોધી, ડાયાબિટીસ પ્રતિરોધી, બેક્ટેરીયા પ્રતિરોધી, વાયરસ પ્રતિરોધી, ફળદ્રુપતા પ્રતિરોધી, અને શામક હોય છે. આયુર્વેદિક દવામાં તેને મુખ્ય ભાગ ગણવામાં આવે છે અને ત્વચા રોગ માટે તેનું ખાસ સૂચન કરવામાં આવે છે. વૃક્ષના તમામ ભાગો (બી, પાંદડાં, ફૂલો અને છાલ) નો ઉપયોગ ઘણી વિવિધ તબીબી દવાઓ તૈયાર કરવામાં થાય છે.

લીમડાંના વૃક્ષના ભાગનો ઉપયોગ શુક્રાણુનાશક પદાર્થ તરીકે પણ થઇ શકે છે.લીમડાનું તેલ સૌંદર્યપ્રસાધનો (સાબુ, શેમ્પુ, બામ અને ક્રિમ, ઉદાહરણ તરીકે માર્ગો સાબુ) તૈયાર કરવામાં થાય છે અને ત્વચા સંભાળ જેમ કે ખીલ સારવાર, અને ત્વચાની સ્થિતિસ્થાપકતા જાળવી રાખવા માટે ઉપયોગી છે.

લીમડાંનુ તેલ એક અસરકારક મચ્છર દૂર રાખનાર છે તેવું જાણવામાં આવ્યું છે.જંતુ, જીવાણુ, અને કૃમિ સહિત વિશ્વના આશરે 500 જેટલા જીવાણુને તેમના લક્ષણો અને કાર્યોમાં અસર કરીને

લીમડાં ઉત્પાદનો તેને બિનકાર્યક્ષમ બનાવે છે. સામાન્ય રીતે લીમડો જીવનો તુરંત નાશ કરતો નથી, પરંતુ તેને દૂર કરે છે અને તેના વિકાસને અટકાવે છે. લીમડાં ઉત્પાદનો સસ્તાં અને મોટા પ્રાણીઓ અને ખતરનાક જંતુઓ માટે બિનઝેરી હોવાથી, ગ્રામ્ય વિસ્તારોમાં જંતુ નિયંત્રણ માટે અનુકૂળ છે.પરંપરાગત ભારતીય દવામાં તેના ઉપયોગને બાજુ પર રાખતા લીમડાંનું વૃક્ષ રણને વિસ્તરતુ અટકાવવા અને સંભવિત સારો કાર્બન ડાયોક્સાઇડ અક્ત્ર કરનાર તરીકે મોટું મહત્વ ધરાવે છે.અછબડાથી પીડાતા દર્દીઓને લીમડાના પાંદડાં પર સૂવાની ભલામણ પરંપરાગત ભારતીય દવા તબીબો કરે છે.

લીમડાંના ગુંદરનો ઉપયોગ પ્રતિરોધક એજન્ટ તરીકે અને ખાસ હેતુના આહાર (ડાયાબિટીસના દર્દીઓ માટે) તૈયાર કરવા માટે થાય છે.લીમડાના પાંદડાંના અર્કે સંભવિત અર્થસભર ડાયાબિટીસ પ્રતિરોધનું પ્રદર્શન કર્યું છે.પરંપરાગત રીતે, લીમડાંની પાતળી ડાળીઓને કોઇના દાંત ચોખ્ખાં કરવા માટે ચાવવામાં આવે છે. આ ઉપયોગ માટે લીમડાંની નાની ડાળખીને હજુ એક્ત્ર કરવામાં આવે છે અને તેનું બજારમાં વેચાણ કરવામાં આવે છે, અને ભારતમાં ગલીઓમાં ઘણીવાર યુવાનો લીમડાંની નાની ડાળખી ચાવતા જોવામાં આવે છે.પરંપરાગત ભારતીય દવા તરીકે લીમડાના મૂળીયાંમાંથી તૈયાર કરેલ ઉકાળો <u>તાવમાં</u> રાહત માટે પીવામાં આવે છે.<u>ખીલની</u> સારવાર માટે ત્વચા પર લીમડાના પાંદડાંનો મલમ લગાડવામાં આવે છે.

<u>આંધ્ર પ્રદેશ</u>, <u>તામિલનાડુ</u>, અને <u>કર્ણાટકમાંઉગડી પાછડી</u> બનાવવા માટે લીમડાંના ફૂલોનો ઉપયોગ કરવામાં આવે છે. ખરેખર, "બેવીના હુવીના ગોજ઼ુ" (લીમડાના ફૂલોમાંથી બનાવવામાં આવેલ એક પ્રકારની કઢી) સમગ્ર વર્ષ દરમિયાન કર્ણાટકમાં સામાન્ય છે. સૂકાં ફૂલોનો ઉપયોગ કરવામાં આવે છે જ્યારે તાજાં ફૂલો ઉપલબ્ધ નથી.લીમડાના ફૂલો અને બેલા (ગોળ અથવા અશુદ્ધ કાળી ખાંડ)નું મિશ્રણ તૈયાર કરવામાં આવે છે અને નવાં વર્ષની કડવી અને મીઠી ઘટનાઓના ચિહ્ન તરીકે મિત્રો અને પરિવારોમાં આપવામાં આવે છે.

<u>મેલેરીયાના</u> ઉપચાર માટે લીમડાનો અર્ક અક્સીર માનવામાં આવે છે. અમુક કિસ્સાઓમાં, મેલેરીયા નિષેધ માટે <u>સેનેગલમાં</u> ખાનગી

ધોરણે પગલાં સફળ થયાં છે જંતુ અને રોગ નિયંત્રણમાં ઉપયોગોખુજલીની સારવારમાં લીમડો ખૂબ અસરકારક માનવામાં આવે છે, જોકે માત્ર પ્રાથમિક વૈજ્ઞાનિક પુરાવો, હજુ સાબિત કરવાનો બાકી છે, હયાત છે, અને પર્મેંથ્રીન, જાણીતી જંતુનાશક જે તકલીફકારક હોઇ શકે છે તેના પ્રત્યે જે લોકો સંવેદનશીલ હોય છે તેમને ભલામણ કરવામાં આવે છે.

વધુમાં, ખૂજલી જીવાણુઓ સંલગ્ન કિસ્સાઓમાં લીમડો ખૂબ અસરકારક જોવામાં આવ્યો છે. માનવોમાં માથાની જૂના ઉપદ્રવની સારવારમાં લીમડાની અસરકારકતાના છૂટક પ્રસંગ પુરાવા પણ છે. ઉકાળેલ લીમડાના પાંદડાંમાંથી ચા બનાવવામાં આવે છે, ઘણીવાર આદુ જેવાં અન્ય વનસ્પતિ સાથે મિશ્રણ કરીને, આંતરડાંના ક્રિમિ સામે પ્રતિકાર માટે પીવામાં આવે છે લીમડાના તેલનો છંટકાવ તરીકે બિલાડી અને કૂતરા માટે ચાંચડના પ્રતિરોધ કરવા માટે કરવામાં આવે છે. હિન્દૂ પરંપરામાં આંધ્રપ્રદેશ અને તમિલનાડુમાં દક્ષિણ રાજ્યોમાં ઉનાળાની મોસમમાં અમ્મન તહેવારો આવે છે.

ઉનાળાના મહિનાઓમાં (ઉનાળા મોસમ દરમિયાન) તહેવારો ઉજવવાનું એક સારું કારણ છે કારણ કે અમુક ગરમી-સંલગ્ન રોગો જેવા કે ઓરી, શીતલા, અછબડા, અળાઇ, અને ગરમી અળાઇ ઝડપી ફેલાતા અને ખૂબ સામાન્ય હોય છે. આ ચેપી અને બિન-ચેપી રોગોને અટકાવવા માટે, લોકોએ લીમડાના પાંદડાં અને લીમડાની છાલનો આ તહેવાર ઉજવવાનું શરૂ કર્યું. લીમડાના પાંદડાં, એન્ટિસેપ્ટિક, બેક્ટેરીયા પ્રતિરોધી, અને ફૂગ પ્રતિરોધી લક્ષણો ધરાવે છે, તેઓ માને છે ભગવાનનો આ પ્રસાદ છે અને આથી તેઓ લીમડાના પાંદડાં અને હળદરના પાવડરનો ઉપયોગ ભાવપૂર્વક કરે છે.

એવું પણ માનવામાં આવે છે કે લીમડાના પાંદડાંનું આવરણ અછબડા અને ઓરીની સારવાર માટે અસરકારક છે; ઝડપી સાજાં કરવાના પ્રયાસ તરીકે શરીર પર પાંદડાંઓ હળવી રીતે ઘસવામાં પણ આવે છે. આ પરંપરાગત સારવાર હજુ પણ ભારતના ગ્રામ્ય વિસ્તારોમાં ઉપયોગમાં લેવામાં આવે છે. લીમડાના વૃક્ષની હળવી ડાળખી અને ફૂલો ભારતમાં શાકભાજી તરીકે ખોરાકમાં લેવાય છે. લીમડાના ફૂલો ઉગડી પાછડી (અથાણાં જેવો સૂપ) માં ઉપયોગ માટે

ખૂબ જાણીતા છે, આ સૂપ આંધ્રપ્રદેશ, તમિલનાડુ અને કર્ણાટકના દક્ષિણ રાજ્યોમાં ઉગાડી દિવસના રોજ બનાવવામાં આવે છે.

તમિલનાડુમાં વેપ્પામ્પુરસમ (તમિલ) ("લીમડાના ફૂલની રસમ") નામની સૂપ જેવી ડિશ લીમડાના ફૂલમાંથી બનાવવામાં આવે છે. સાઉથઇસ્ટ એશિયાની મુખ્ય ભૂમિમાં પણ લીમડાનો ઉપયોગ કરવામાં આવે છે, ખાસ કરીને કમ્બોડીયા, લાઓસ (જ્યાં તેને કડાઓ કહે છે), થાઇલેન્ડ (જ્યા તેને સદાઓ અથવા સ્દાઓ તરીકે ઓળખવામાં આવે છે), મ્યાનમાર (જ્યાં તેને તમાર તરીકે ઓળખવામાં આવે છે) અને વિએટનામ (જ્યાં તેને સાઉદાઉ તરીકે ઓળખવામાં આવે છે અને તેનો ઉપયોગ ગોઇસાઉદાઉ સલાડ રાંધવામાં ઉપયોગમાં લેવાય છે. હળવી રીતે રાંધવાથી, સ્વાદ થોડો કડવો બને છે અને આથી આ રાષ્ટ્રોના તમામ રહેવાસીઓ દ્વારા તેનો ઉપયોગ કરવામાં આવતો નથી, આથી એવું માનવામાં આવે છે કે સ્વાસ્થ્ય માટે તે સારો છે. લીમડાનું ગૂંદર પ્રોટીનનો સમૃદ્ધ સ્ત્રોત છે.

મ્યાનમારમાં, લીમડાના તાજાં પાંદડાં અને ફૂલોની કળીને આમલી સાથે ઉકાળવામાં આવે છે જેથી તેની કડવાશ ઓછી થાય અને શાકભાજી તરીકે આહારમાં લઇ શકાય. મ્યાનમારમાં લીમડાના ચૂંટેલા પાંદડાઓ ટમેટા અને માછલીના સોસ સાથે પણ આરોગવામાં આવે છે. લીમડાના પાંદડાં અને છાલને કડવા સ્વાદના કારણે પીત રાહતમાં અસરકારક માનવામાં આવે છે. આથી, પરંપરાગત આયુર્વેદમાં ઉનાળાની શરૂઆતના સમય દરમિયાન જે હિન્દુ કેલેન્ડર મુજબ ચેત્ર માસ જે સામાન્ય રીતે માર્ચ-એપ્રીલ મહિનામાં આવે છે તેનું સૂચન કરવામાં આવે છે, અને ગુડી પડવા દરમિયાન,

જે મહારાષ્ટ્ર રાજ્યનું નવું વર્ષ છે, આ દિવસે તહેવારની શરૂઆત પહેલાં લીમડાનો રસ અથવા મલમ થોડી માત્રામાં લેવાની જૂની રૂઢિ છે. ઘણા હિન્દુ તહેવારો અને તેના સંબંધો અમુક આહાર સાથે ઋતુ અથવા ઋતુ ફેરફારની નકારાત્મક આડઅસરો ટાળવા માટે છે, લીમડાનો રસ ગુડી પડવા સાથે સંલગ્ન છે જેથી લોકોને ઉનાળાના પીતને હળવું કરવાની ઋતુ અથવા ચોક્કસ મહિના દરમિયાન તેનો ઉપયોગ કરવાનું યાદ રહે. તામિલનાડુમાં ઉનાળાના મહિના એપ્રીલથી જુન દરમિયાન, મરીયામ્મન મંદિર તહેવાર વર્ષી જૂની

પરંપરા છે. લીમડાના પાંદડાં અને ફૂલો એ મરીયામ્મન તહેવારના ખૂબ મહત્વના ભાગ છે. મરીયામ્મન દેવીની મૂર્તિને લીમડાના પાંદડાં અને ફૂલોનો હાર પહેરાવવામાં આવે છે. લગભગ તમામ ઉજવણી અને લગ્નના પ્રસંગોએ <u>તામિલનાડુના</u> લોકો તેની આજુબાજુનો વિસ્તારનું લીમડાના પાંદડાં અને ફૂલોથી સુશોભન કરે છે અને દૂષિત શક્તિઓ અને ચેપને પણ દૂર રાખે છે.

1995 માં યુરોપિયન પેટન્ટ ઓફિસે (EPO) <u>યુ.એસ. ડિપાર્ટમેન્ટ ઓફ એગ્રિકલ્ચર</u> એન્ડ મલ્ટીનેશનલ <u>ડબલ્યુ. આર. ગ્રેસ એન્ડ કંપનીને</u> લીમડામાંથી તૈયાર કરવામાં આવતા ફુગ-પ્રતિરોધી ઉત્પાદનની પેટન્ટની મંજુરી આપી મંજુરી આપવામાં આવી ત્યારે ભારતીય સરકારે પેટન્ટને પડકારી, દાવો કર્યો કે જે પ્રક્રિયા માટે પેટન્ટને મંજુરી આપવામાં આવી હતી તેનો 2000 વર્ષો પહેલાંથી ભારતમાં ઉપયોગ કરવામાં આવે છે. 2000 માં EPO એ ભારતની તરફેણ કરી પરંતુ યુએસ મલ્ટીનેશનલને અપીલ કરી દાવો કર્યો કે ઉત્પાદની રીતનું ક્યારેય વૈજ્ઞાનિક જર્નલમાં પ્રકાશન કરવામાં આવ્યું નથી. 8 માર્ચ 2005 ના રોજ, અપીલ રદ થઇ અને EPO એ લીમડા પેટન્ટ રદ કરી વૃક્ષને આ પેટન્ટ બંધનોથી મુક્ત કરી હક્કોની જાળવણી કરી, એવું નક્કી કરવામાં આવ્યું છે

સંદર્ભ :વિકિપીડિયા અને વિવિધ અખબારી અહેવાલો અને દાક્તર ની સલાહ